આજકાલ

મિહિર જાગૃતિ વોરા

આ પુસ્તક હું મારા માતા પિતા , મોટા ભાઈ ભાભી અને નાની પ્રિય ભત્રીજી ને
અર્પણ કરું છું .

સામગ્રી

પ્રસ્તાવના

આ પુસ્તક માં મારા આજકાલ દૈનિક માં આવેલા મારી કોલમ એક નઝર ના લેખ છે ૨૦૦૫ થી ૨૦૧૪ સુધી મારા લેખ આ કોલમ માં આવ્યા હતા.આ પુસ્તક માટે મેં વિવિધ લેખ આધારિત માહિતી વિવિધ રોગ ના દાક્તરો અને વિકિપીડિયા ,લેખ ને લાગતા આવેલા વિવિધ અખબારી અહેવાલ અને જે તે લેખક ના લેખ ના સંદર્ભો નો સહારો લીધો છે તે સૌ નો હું આભાર માનું છું.

સ્વીકૃતિઓ

આ પુસ્તક માં મારા આજકાલ દૈનિક માં આવેલા મારી કોલમ એક નઝર ના લેખ છે આ માટે હું આજકાલ દૈનિક ના મેનેજમેન્ટ , તંત્રી , ટ્રસ્ટી અને તમામ પત્રકાર અને વહીવટી અને બિન વહીવટી સ્ટાફ નો આભાર માનું છું .૨૦૦૫ થી ૨૦૧૪ સુધી મારા લેખ આ કોલમ માં આવ્યા હતા.આ પુસ્તક માટે મેં વિવિધ લેખ આધારિત માહિતીવિવિધ રોગ ના દાક્તરો અને વિકિપીડિયા ,લેખ ને લાગતા આવેલા વિવિધ અખબારી અહેવાલ અને જે તે લેખક ના લેખ ના સંદભી નો સહારો લીધો છે તે સૌ નો હું આભાર માનું છું.

અનુક્રમણિકા

૧

શિયાળાનું લોકપ્રિય અમૃતફળ જામફળ સેહત માટે પણ ઘણું લાભકારી

જામફળમા પાણીનિ માત્રા વધુ હોય છે. સાથે જ તેમા પ્રોટીન. ખનિજ. લવણ. કાબ્રોહાઈડ્રેટ્રસ, કેલ્શિયમ અને ફ઼ોસ્ફરસ પણ પુષ્કળ પ્રમાણમાં મળી જાય છે.

૧. વિટામીન 'સી' નું પણ આ સારુ સ્ત્રોત છે. તેના એક સો ગ્રામમાં લગભગ 300 મિલીગ્રામ વિટામીન 'સી' જોવા મળે છે.

૨. ભોજન પહેલા નિયમિત જામફળ ખાવાથી કબજિયાતથી છુટકારો મળે છે.

૩. જામફળ કાપીને થોડીવાર પાણીમાં છોડી દો. આ પાણીને ગાળીને તેનુ સેવન કરુ. આ ડાયાબીટિસને નિયંત્રિત કરે છે.

૪.સાંધા પર જામફળ કાપીને લગાવવાથી સાંધાના દુખાવામાં રાહત મળે છે.

૫.જામફળના પાન ચાવવાથી દાંતનો દુખાવો દૂર થાય છે. તેના પાનના કાઢામાં થોડી ફ઼િટકરી મિક્સ કરી કોગળા કરવાથી દાંતોમાંથી લોહી નીકળવુ બંધ થાય છે.

૬. ખાંસી શરદીમાં જામફળ શેકીને તેમા મીઠુ મિક્સ કરીને ખાવાથી લાભ થાય છે.

૭. માથાનો દુખાવો હોય તો જામફળનો લેપ સૂર્યોદયથી પહેલા માથા પર લગાવો. તરત જ રાહત મળશે.

8. પિત્તની ફરિયાદ હોય કે હાથ-પગમાં બળતરા રહેતી હોય તો ભોજન પછી નિયમિત રૂપે તેનુ સેવન કરો.

9. જામફળની જડના કાઢા દ્વારા જખમ ધોવાથી જખમ જલ્દી ભરાય જાય છે.

શિયાળાનું મીઠું ફળ જામફળ સેહત માટે ખૂબ સારું છે. જામફળને જમરૂખ પણ કહેવાય છે. આ અંદરથી લાલ અને સફેદ બે જુદા-જુદા રંગમાં આવે છે.

કાચા જામફળને પત્થરપર ઘસીને તેને એક સપ્તાહ સુધી લેપ કરવાથી અડધા માથાનો દુ:ખાવો સમાપ્ત થઈ જાય છે.આ પ્રયોગ સવારે કરવો જોઈએ.

જામફળના તાજા પાનનું રદ 10 ગ્રામ અને શાકર 10 ગ્રામ મિકસ કરી 21 દિવસ સુધી ખાલી પેટ સેવન કરવાથી ભૂખ લાગે છે અને શરીર સૌંદર્યમાં વૃદ્ધિ હોય છે.

જામફળ ખાવાથી કે જામફળના પાંદડાનું રસ પિવડાવવાથી ભાંગનો નશો ઓછું થઈ જાય છે. તાજા જામફળના 100 ગ્રામ બીજરહિત ટુકડા લઈને તેને ઠંડા પાણીમાં 4 કલાક પલળવા દો. એના પછી જામફળના ટુકડા કાઢી ફેંકી દો. આ પાણી મધુમેહ ના દર્દીને પીવડાવવાથી લાભ હોય છે.

જામફળના તાજા પાંદડામાં એક નાના ટુકડા કત્થો લપેટીને પાનની રીતે ચાવવાથી મોંના ચાંદલા સારા થઈ જાય છે. પાકેલા જામફળનો 50 ગ્રામ ગુદો ,10 ગ્રામ મધ સાથે ખાવાથી શરીરમાં શક્તિ અને સ્ફૂર્તિ વધે છે .

સવાર -સાંજે જામફળ ભોજન પછી ખાવાથી પાચન તંત્ર મજબૂત થાય છે. સાથી ચિંચિડાપણું અને માનસિક તનાવ દૂર હોય છે. મિત્રો આમ અમૃતફળ જામફળઉપયોગિ ફળ છે.જ્યા દાક્તરિ સલાહ નિ જરુર હોય ત્યા દાક્તરિ સલાહ ને અવગણસો નહિ.

2

મ્યુઝિક થેરાપી ના અનેક ફાયદાઓ છે

ઋગવેદ અને સામવેદમાં સંગીત ચિકિત્સા છે. જુદા જુદા રાગ દ્વારા અલગ અલગ પ્રકારની બિમારી નિયંત્રિત કરી શકાય છે. ભારત પાસે પ્રાચીનકાળથી મ્યુઝિક થેરાપી રહેલી છે. કિંતુ આજે પણ એ તરફ જાગૃતિનો અભાવ જોવા મળે છે, એવું દેશભરના તબીબોની કોન્ફરન્સમાં વક્તવ્ય આપવા માટે રાજકોટ આવેલા મ્યુઝિક થેરાપીસ્ટ ડો.એ જણાવ્યું હતું.

આ યુવાન તબીબે જણાવ્યું હતું કે ભારત પાસે રાગ ચિકિત્સા રહેલી છે. દરેક સંસ્કૃતિમાં મ્યુઝિક થેરાપી છે. ઓમકાર હોય, એક ઓંકાર સતનામ હોય કે પછી અલલાહુ અકબર... તેને ગાવાની જે પધ્ધતિ છે તે એક પ્રકારની સંગીત ચિકિત્સા જ છે.ભારતમાં મ્યુઝિક થેરાપીનું ચલણ વધારવા માટે એક ખાસ કોર્સ શરૂ થવો જોઇએ.

પશ્ચિમમા અત્યારે પુરાવા સહિત સંગીત ચિકિત્સા થાય છે. એટલે કે દર્દીને મ્યુઝિક થેરાપી આપ્યા પહેલાં તેના માટે જરૂરી હોય એવા એમઆરઆઇ, પીઇટી, યુરીનરી, સલાઇવરી, બીપી, હાર્ટરેટ વેરીએબિલીટી કે બ્લડ શુગર ટેસ્ટ કરવા, ત્યારબાદ દર્દીને સંગીત ચિકિત્સા આપીને ફરીથી પરીક્ષણો કરવા અને શું તફાવત આવ્યો તેની નોંધ કરવી.

આ કન્સેપ્ટ આપણા દેશમાં આવે એ ખૂબજ આવશ્યક છે.ડીજેનું મ્યુઝિક આરોગ્ય માટે સારું છે કે નહીં એ વિશે પૂછવામાં આવતા તેમણે કહ્યું હતું કે જો નાચવું હોય તો ડીજેનું સંગીત સારું છે, પરંતુ માત્ર સાંભળવા માટે તે નથી જ.

તેમણે જણાવ્યું હતું કે મ્યુઝિક થેરાપીના બે પ્રકાર છે. એક પ્રકાર છે એક્ટીવ ફોર્મ. તેમાં દર્દી પોતે જ વાધ્ય વગાડે છે અથવા ગાય છે. બીજો પ્રકાર છે

પેસીવ ફોર્મ. તેમાં દર્દીએ ખાસ પ્રકારના સંગીતનું શ્રવણ કરવાનું હોય છે.મ્યુઝિક થેરાપી માટે ગાતા આવડતુ જરૂરી નથી. બાથરૂમ સિંગ્ગીંગ પણ એક પ્રકારની મ્યુઝિક થેરાપી જ છે.ડો.એ જણાવ્યું હતું કે વેલનેસ અને ફીટનેસ માટે રોજ સંગીત સાથે ધ્યાન કરવું જોઇએ.

ગાડી ચલાવતી વખતે અને કામ કરતી વખતે ધીમુ ધીમુ સંગીત સાંભળવું જોઇએ. એવું કરવાથી યાદશક્તિ અને એકાગ્રતામાં વધારો થાય છે.ક્યા રાગ દ્વારા ક્યો રોગ મટાડી શકાય ?

બિમારી અસરકારક રાગ,બ્લડપ્રેશર પૂર્વાધનાશ્રી માનસિક તાણ ઘટાડવા ભુપાલી,અનિદ્રા આભોગી,માલકૌસઅત્યંત પીડા રાગ ધાની,હદયરોગ રાગ આનંદ ભૈરવ અમુક સમય સુધી નિયમિતપણે પધ્ધતિસર રીતે રોગને સુસંગીત રાગ સાંભળવાથી તેને નિયંત્રણમાં લાવી શકાય છે અને નહીવત કરી શકાય છે.

અત્રે એ નોંધવું ખાસ જરૂરી છે કે મ્યુઝિક થેરાપી એ એક પુરક સારવાર છે. તે દવાની સાથોસાથ લેવાની હોય છે. તે દવાનો વિકલ્પ ન બની શકે. યાદશક્તિ પાછી લાવે અને પેઇન કિલર પણડોકટરે જણાવ્યું હતું કે મુંબઇમાં એક મહિલાને બ્રેસ્ટ કેન્સર થઇ ગયું હતું. કેન્સર હાડકાં સુધી પહોંચી ગયું હોવાથી અસહ્ય દુઃખાવો થતો હતો.

તેમને નિયમિત સંગીત ચિકિત્સા આપવામાં આવતા તેમની પીડા સાવ ગાયબ થઇ ગઇ હતી. સ્મૃતિભ્રંશનો ભોગ બનેલા એક વૃધ્ધની યાદશક્તિ પણ મ્યુઝિક થેરાપી દ્વારા પાછી લાવવામાં સફળતા મળી હતી. સંગીત થેરપી માન્ય સંગીત થેરાપી કાર્યક્રમ પૂર્ણ કરનાર એક credentialed વ્યાવસાયિક દ્વારા એક રોગનિવારક સંબંધ અંદર વ્યક્તિગત ગોલ પરિપૂર્ણ કરવા સંગીત દરમિયાનગીરી ના તબીબી અને પુરાવા આધારિતઉપયોગછે. સંગીત થેરપી સંગીત વ્યક્તિઓ, શારીરિક ભાવનાત્મક, જ્ઞાનાત્મક અને સામાજિક જરૂરિયાતો સંબોધવા એક રોગનિવારક સંબંધ અંદર વપરાય છે .

જેમાં એક સ્થાપિત સ્વાસ્થ્ય વ્યવસાય છે. દરેક ક્લાઈન્ટ ની શક્તિ અને જરૂરિયાતો આકારણી કર્યા પછી, ગુણવત્તાવાળું સંગીત ચિકિત્સક, બનાવવા ગાવાનું, ખસેડી, અને / અથવા સંગીત સાંભળી સહિત સૂચવાયેલ સારવાર પૂરી પાડે છે. રોગનિવારક સંદર્ભમાં સંગીતવાદ્યો સંડોવણી દ્વારા, ક્લાઈન્ટો 'ક્ષમતાઓ મજબૂત છે અને તેમના જીવન અન્ય વિસ્તારોમાં પરિવહન. સંગીત ઉપચાર પણ મુશ્કેલ શબ્દોમાં પોતાની જાતને વ્યક્ત કરવા માટે કંઈ જેઓ માટે મદદરૂપ થઈ શકે છે કે વાતચીત માટે એવન્યુ પૂરી પાડે છે. , તેમની સારવાર સાથે સંકળાયેલી ક્લાઈન્ટો અને તેમના પરિવારો માટે ભાવનાત્મક ટેકો પૂરી પાડે છે, અને લાગણીઓ અભિવ્યક્તિ માટે એક આઉટલેટ પૂરી બનવાની

લોકોની પ્રેરણા વધી,

સમગ્ર ભૌતિક પુનર્વસન અને facilitating આંદોલન: સંગીત થેરેપી સંશોધન, જેમ કે ઘણા વિસ્તારોમાં તેની અસરકારકતા આધાર આપે છે. અમેરિકન મ્યુઝિક થેરપી એસોસિયેશન સંગીત થેરેપી સંગીત માટે જવાબ ક્ષમતા બધી મનુષ્ય માં એક સહજ ગુણવત્તા છે કે સમજણ પર આધારિત છે. આ ક્ષમતા સામાન્ય રીતે વિકલાંગતા, ઈજા કે બિમારી દ્વારા unimpaired રહે અને સંગીત તાલીમ પર આધારિત નથી. સંગીત ઉપચાર અમે લાગણીઓ અને વિચારો વ્યક્ત કરી શકે છે,

એક સંગીતમય સંબંધો વિકાસ દ્વારા થેરાપ્યુટિક હેતુઓ હાંસલ કરવા કામ કરે છે. સંગીત વ્યક્તિત્વ, સંચાર અને સામાજિક કૌશલ્ય, આત્મવિશ્વાસ, પ્રેરણા અને સ્વ અભિવ્યક્તિ અર્થમાં વિકાસ માટે, સાથે સાથે છે અને જરૂરિયાતો અને પડકારો એક શ્રેણી સાથે તમામ ઉંમરના લોકો માટે જીવનની ગુણવત્તા સારી વધારવા માટે એક સાધન તરીકે ઉપયોગ થાય છે.

સંગીત થેરાપિસ્ટ તમામ ઉંમરના વયસ્કો અને બાળકો વિચારો વ્યક્ત સાથે કરી શકે છે.• ઓટીસ્ટીક સ્પેક્ટ્રમ ડિસઓર્ડર • મગજનો લકવો • શીખવી મુશ્કેલીઓના • ડાઉન સિન્ડ્રોમ • એપીલેપ્સી • લાગણીનો વર્તણૂકલક્ષી ચિંતા • કોમ્યુનિકેશન સમસ્યાઓ • ચેલેન્જીંગ બિહેવિયર • માનસિક આરોગ્ય સમસ્યાઓ • મજ્જાતંત્રની શરતો • શારીરિક હાનિ પહોંચવાથી • જાતીય એબ્યૂઝ • કેન્સર, જીવન ધમકી માંદગીઓ, એન્ડમાં ઓફ જીવન કેર • એચ.આય.વી / એઇડ્સ • પોસ્ટ ટ્રોમેટિક સ્ટ્રેસ • વ્યસન જેવા રોગો ને દૂર કરે છે. આ ઉપરાંતસંગીત થેરપી લોકો ને હકારાત્મક ચિકિત્સક સાથે સંબંધો, સંભાળ, મિત્રો બનાવવામા, સાંભળવા અને હાજરી માટે ક્ષમતા વિકાસ શારીરિક, ભાવનાત્મક અને જ્ઞાનાત્મક વિકાસ સુધારો કરવામા તણાવ તણાવ, ચિંતા દૂર કરવામા, એકલતા અને તકલીફ ઘટાડવા કામ ખુબ આવેછે.જ્યા દાક્તરિ સલાહ નિ જરુર હોય ત્યા દાક્તરિ સલાહ ને અવગણસો નહિ.

3
ચરબી ઓગાળવા, લીંબૂના રસ નો અનોખો ઉપયોગ

લીંબૂને ગુણોની ખાણ માનવામાં આવે છે. સાથે જ લીંબૂ એક એવું વેજિટેબલ છે જે ઝડપથી વજન ઘટાડવામાં મદદ કરે છે. એમાંય હવે ઉનાળો આયો, એવામાં જો તમે દિવસમાં બે કે ત્રણવાર લીંબૂ પાણી પીશો તો આખા દિવસમાં અઢળક કેલરી બર્ન કરી શકો છો. લીંબૂની સૌથી મોટી ખાસિયત છે તેમાં રહેલું એસિડ.

આ એસિડ માત્ર વજન ઉતારવા માટે જ નહીં પણ તમારા પાચનને પણ દુરસ્ત રાખવામાં શ્રેષ્ઠ છે. લીંબૂનું પાણી પીવાથી પાચનતંત્ર હમેશાં યોગ્ય રીતે કાર્યરત રહે છે, જે સ્વાસ્થ્યની દ્રષ્ટિએ પણ ફાયદાકારક છે. જેથી આજે અમે તમને લીંબૂના પાણી સાથે કરવામાં આવતી એવી ટ્રિક્સ જણાવીશું જેની મદદથી તમે આ ઉનાળે ફટાફટ વજન ઘટાડી શકશો.

ફુદીના સાથે લીંબૂનો રસ:ફુદીનામાં રહેલાં તત્વો શરીરની વધારાની કેલરીને બર્ન કરવામાં મદદ કરે છે. જો તમે ફ્લેટ ટમી ઈચ્છતા હોવ તો લીંબૂના પાણીમાં ફુદીનાનો રસ અથવા કશ ફુદીનાને ઉમેરો, આનાથી તમને બહુ ફાયદો થશે.

લીંબૂનો રસ ગોળ સાથે:વજન ઘટાડવામાં માટે ગોળ સાથે લીંબૂના રસનો પ્રયોગ બેસ્ટ રીત છે. જેના માટે એક ચમચી ગોળને કશ કરી લેવું અને અને લીંબૂનો રસ મિક્ષ કરેલા પાણીમાં ગોળને મિક્ષ કરો. આ મિશ્રણનું સેવન રોજ કરવાથી વજન ઝડપથી ઘટે છે. ગોળ શરીરમાં રહેલી ગરમીને પ્રેરે છે અને શરીરને ભરપૂર એનર્જી આપે છે. જેથી શરીરમાં કેલરી બર્ન થવામાં મદદ મળે

છે.

લસણ સાથે લીંબૂનો રસ:વજન ઘટાડવા માટે લસણનો પ્રયોગ સારો માનવામાં આવે છે. સાથે જ લસણ પાચન સંબંધી સમસ્યાઓને પણ દૂર રાખે છે. તો વધારાની ચરબી દૂર કરવા માટે લીંબૂના પાણીમાં એક બે કળી લસણની પેસ્ટ મિક્ષ કરીને તેનું સેવન કરો. લીંબૂના રસ સાથેનો આ પ્રયોગ તમે ખાલી પેટે પણ કરી શકો છો.

નવશેકા પાણી સાથે લીંબૂનો રસ:નવશેકા પાણીમાં લીંબૂનો રસ મિક્ષ કરીને નિયમિત પીવાથી પણ ઝડપથી વજન ઘટાડી શકાય છે. તેના પાણી પાણીને નવશેકું ગરમ કરીને તેમાં લીંબૂનો રસ મિક્ષ કરો અને પીઓ, આનાથી તમારા શરીરની એનર્જીમાં વધારો થશે જેના તમારા શરીરનું ફેટ બર્ન થશે.

તરબૂચ સાથે લીંબૂનો રસ:લીંબૂના પાણીમાં તરબૂચને મિક્ષ કરીને પીવાથી શરીર એકદમ ઠંડુ રહે છે અને ઉનાળામાં તો શરીરને ઠંડુ રાખવું બહુ જ જરૂરી હોય છે. દરરોજ દિવસમાં બેવાર તરબૂચ અને લીંબૂના રસને મિક્ષ કરેલું પીણું પીવાથી વધારાનું વજન ઘટાડવામાં મદદ મળે છે. સાથે જ તેનાથી મેટાબોલિઝ્મ પણ સુધરે છે.

મધ સાથે લીંબૂનો રસ:લીંબૂના રસ સાથે મધ મિક્ષ કરીને પીવાથી ઝડપથી વજન ઘટાડી શકાય છે. જો તમે મજન ઘટાડવા માગતા હોવ તો દરરોજ દિવસમાં ત્રણવાર લીંબૂ પાણીમાં મધ મિક્ષ કરીને તેનું સેવન કરવાનું શરૂ કરી દો.

તજ સાથે લીંબૂનો રસ: તમારા મેટાબોલિઝ્મ રેટના આધારે તમે દિવસ દરમિયાન જેટલી વાર ઈચ્છો એટલી વાર લીંબૂનું પાણી પી શકો છો.જો તમે ઝડપથી તમારા શરીરની કેલરી બર્ન કરવા માગતા હોવ તો તજના એક ટુકડાને ક્રશ કરીને લીંબૂના પાણીમાં મિક્ષ કરીને પીઓ.

મીઠા સાથે લીંબૂ પાણીનો પ્રયોગ: વજન ઘટાડવા માટે લીંબૂના પાણીમાં ચપટી મીઠું ઉમેરવું જોઈએ. મીઠુ શરીરમાં ભરપૂર એનર્જી જાળવવામાં મદદ કરે છે જેની મદદથી તમે આખો દિવસ એક્ટિવ રહી શકો છો. આમ લીંબૂનો વિવિધ ઉપયોગ ચરબી ઓછી કરવામા ખુબ ઉપયોગી છે. તો આજથીજ લીંબૂનો ઉપયોગ શરૂ કરી દો.જ્યા દાક્તરિ સલાહ નિ જરૂર હોય ત્યા દાક્તરિ સલાહ ને અવગણસો નહિ.

4

શારીરિક હાડકાં પડે છે નબળા તેના કારણો

શારીરિક ક્રિયાઓ ઘટી જવાને કારણે આજકાલના લોકોના હાડકાનું બંધારણ નબળું થતું જઈ રહ્યું છે. લાઈફસ્ટાઈલમાં રહેલાં કેટલાક એવા પરિબળો હાડકાંને ભયંકર રીતે નબળા બનાવી રહ્યા છે જેની વ્યક્તિને ભાળ પણ હોતી નથી. જેથી આજે અમે તમને આ વિશે જણાવીશું કે કઈ રીતે તમારી જીવનશૈલી તમારા હાડકાને નબળા કરી રહી છે,

તેનાથી બચવા માટે શું કરવું જોઈએ. લાઇફ-સ્ટાઇલ વ્યવસ્થિત ન હોવાને કારણે હાડકાં પર ખરાબ અસર થાય છે એ નિશ્ચિત છે, પરંતુ એવાં કયાં પરિબળો છે જેને કારણે હાડકાં પર અસર થઈ શકે છે એ આજે જાણીએ.

આપણે એક વસ્તુ સમજવી જરૂરી છે કે જે જિનેટિક પ્રોબ્લેમ્સ એ કુદરતી રીતે જે અમુક ઉંમર પછી બોન લૉસ થાય છે એને માટે આપણે કશું જ કરી શકવાના નથી. જેમાં આપણે ફેરફાર કરી આપણાં હાડકાંને વ્યવસ્થિત રાખી શકીએ છીએ એ એક માત્ર લાઇફ-સ્ટાઇલ જ છે જેમાં નાના-મોટા બદલાવ લાવી આપણે આપણાં હાડકાંને મજબૂત રાખી શકીએ એમ છીએ.

ભારતમાં વર્ષના બારેમાસ સૂર્યપ્રકાશ રહે છે છતાં આજે ૫૦ ટકાથી વધુ લોકોને વિટામિન Dની ઊણપ જોવા મળે છે. એ ઉપરાંત શાકાહારી લોકોમાં વિટામિન B12ની ઊણપ પણ જોવા મળે છે.

આ બન્ને વિટામિન કૅલ્શિયમ અને બીજાં ખનીજ તત્વોના પાચન અને એના એબ્ઝોબશન માટે ખૂબ જ અગત્યનાં છે. જેની ઊણપનાં કારણે 'આજકાલ મોટા ભાગના લોકો એવું જીવન જીવે છે જેમાં સૂર્યપ્રકાશનું એક્સપોઝર તેમને મળતું જ નથી.

વળી કૉસ્મેટિક કારણોસર લોકો સન્સ ક્રીમ લગાડે છે જેને કારણે ત્વચાને સૂર્યપ્રકાશ મળે છે, પરંતુ એ વિટામિન D બનાવી શકતી નથી. દરરોજ ફક્ત ૨૦ મિનિટ સૂર્યપ્રકાશ મળે તો શરીરની વિટામિન Dની પૂર્તિ થઈ શકે છે જે માટે સજાગ થવાની જરૂર છે.

સામાન્ય રીતે આજની આપણી જીવનશૈલી એવી છે કે કોઈની પાસે સમય હોતો જ નથી. આપણે બધા જ વ્યસ્ત છીએ, કંઈક અંશે ઍક્ટિવ છીએ પરંતુ ફિઝિકલી ઍક્ટિવ નથી. આપણી પાસે સગવડો એટલી વધી ગઈ છે જેને કારણે આપણને આપણા શરીરનો વધુ ઉપયોગ કરવાની જરૂર પડતી નથી.

પહેલાં લોકો શ્રમ કરીને જ રોજગાર ચલાવતા અને આજે ઑફિસમાં ખુરશી પર બેસીને કામ થાય છે. પહેલાં ઘરનું બધું કામ જાતે કરવું પડતું, આજે એ કામ કરવા મશીન આવી ગયાં છે. આ બધાની અસર હાડકાં પર થાય છે. 'બેઠાડુ જીવન સાથે આમ તો ઘણા રોગ સંકળાયેલા છે, પરંતુ ફક્ત હાડકાંની વાત કરીએ તો ઓબેસિટી એક મોટો પ્રૉબ્લેમ છે જે બેઠાડુ જીવનને કારણે થાય છે અને હાડકાંને અસરકર્તા છે.

વધુ પડતા વજનની મુખ્ય અસર બે હાડકાં પર થાય છે, એક ઘૂંટણનું અને બીજું કરોડરજ્જુનું હાડકું. આ બન્ને હાડકાંઓ પર જે વજનનો વધારાનો લોડ પડે છે એને લીધે હાડકાંના ઘણા પ્રૉબ્લેમનો સામનો ખૂબ નાની ઉંમરે કરવો પડે છે.'

વહેલી સવારે ૪૫ મિનિટ ચાલવું જોઈએ અથવા ગાર્ડનમાં સૂર્યપ્રકાશ મળે એ રીતે સૂર્યનમસ્કાર, યોગ કે બીજી કોઈ પણ એક્સરસાઇઝ કરો, જેથી શરીરને એક્સરસાઇઝ મળી રહે અને સવારનો કૂણો તડકો વિટામિન Dની કમી પૂરી કરે. દર ૬ મહિને કે વર્ષે વિટામિન D, વિટામિન B12 અને કૅલ્શિયમની ટેસ્ટ કરાવતા રહો..

કોઈ ઊણપ આવે તો તરત ડૉક્ટરને મળો.બને એટલું કામ જાતે કરો. શરીરને કસી શકાય એવી જીવનશૈલી અપનાવવાની કોશિશ કરો. લિફ્ટને બદલે દાદરા વાપરો, અઠવાડિયે એક વાર ઘરની સફાઈ જાતે કરો, બજારમાંથી વસ્તુ જેમ કે શાકભાજી કે ફળો ફોન પર ઑર્ડર કરવાને બદલે ખુદ ખરીદીને ઉપાડીને ઘરે લાવો. આવા નાના ચેન્જ પણ મોટો ફાયદો આપે છે. તમારું વજન વધે નહીં એની ખાસ કાળજી રાખો. વજન વધારે હોય તો વ્યવસ્થિત ડાયટ અને એક્સરસાઇઝ દ્વારા ઓછું કરો. બેઠાડુજીવન ઓછું કરો.

હાડકાંની હેલ્થ જાળવવી હોય તો ફિઝિકલ ઍક્ટિવિટી અત્યંત આવશ્યક છે. 'હાડકાંને મજબૂત રાખવાનો એકમાત્ર ઉપાય ઍક્ટિવિટી છે. જેટલા આપણે ફિઝિકલી ઍક્ટિવ રહીએ એટલાં જ હાડકાં વધુ મજબૂત થાય. જેટલો આપણે એનો ઉપયોગ ઓછો કરીએ એટલાં હાડકાં નબળાં રહે. આજના સમયમાં જ્યારે

આપણી સગવડો આપણને ફિઝિકલી ઍક્ટિવ બનાવવામાં આડી આવે છે ત્યાં દિવસનો એક કલાક એક્સરસાઇઝને આપવો જરૂરી બને છે.

પછી એ એક્સરસાઇઝ સામાન્ય વૉકિંગ હોય કે વજન ઉપાડીને કરવામાં આવતી હેવી એક્સરસાઇઝ હોય. ઑફિસમાં ૯થી ૧૦ કલાક કામ કરવાનું ટાળી ન શકાય તો એની અવેજીમાં ૧ કલાક એક્સરસાઇઝ કરવાનો ઑપ્શન અપનાવવો જરૂરી છે.'

તાજેતરમાં કેમ્બ્રિજ યુનિવર્સિટીના વૈજ્ઞાનિકોએ કરેલા રિસર્ચ અનુસાર આપણા પૂર્વજો કરતાં આપણાં હાડકાં નબળાં હોય છે. પ્રોસિડિન્ગ્સ ઑફ નેશનલ ઍકેડેમી ઑફ સાયન્સિસમાં પ્રકાશિત થયેલા આ રિસર્ચ મુજબ આજના માણસનું હાડકાંનું સ્ટ્રક્ચર શિકાર માટે ભટકતા આદિમાનવ કરતાં ઘણું જ નબળું છે અને દિવસે-દિવસે નબળું બનતું જાય છે. જેની પાછળનાં મુખ્ય કારણોમાં વૈજ્ઞાનિકોએ સૌથી મહત્વનું કારણ આપણી દિવસે-દિવસે ઘટતી જતી ઍક્ટિવિટી છે એમ સ્વીકાર્યું છે.

જિનેટિક કારણોસર હાડકાં નબળાં પડતાં ગયાં હોય એવું માનવા વૈજ્ઞાનિકો તૈયાર નથી. તેમનું માનવું છે કે જેવી રીતે તે હાડકાંનો ઉપયોગ ધીમે-ધીમે ઓછો થતો ગયો એમ એમ ઉત્ક્રાન્તિવાદના નિયમ અનુસાર પેઢી દર પેઢી એ નબળાં પડતાં ગયાં. ખાસ કરીને જાંઘ કે થાયસનું હાડકું જે સૌથી લાંબું હાડકું ગણાય છે.

એ પહેલાં કરતાં ઘણું વધારે પાતળું અને હલકું થઈ ગયું છે એમ વૈજ્ઞાનિકોએ કહ્યું. પહેલાં જેવી સતત ઍક્ટિવિટી થતી ન હોવાથી આ હાડકું નબળું પડતું જાય છે અને આ વિશે જાગૃતિ ન આવે તો એ સતત નબળું બનતું જશે એવો ડર વૈજ્ઞાનિકોએ પ્રકટ કર્યો હતો. જ્યા દાક્તરિ સલાહ નિ જરૂર હોય ત્યા દાક્તરિ સલાહ ને અવગણસો નહિ.

5

ગ્રીન થેરાપીઃ સ્વાસ્થ માટે છે લાભદાયક

ચાલવાના ફાયદા બધાને ખબર જ હશે અને આ એક પ્રકારનો વ્યાયામ પણ છે, પરંતુ શું તમે જાણો છો કે ઉઘાડા પગે ધાર ઉપર ચાલવાનું તમારા સ્વાસ્થની દ્રષ્ટિએ કેટલું ફાયદાકારક છે. જો તમે સવારે બગીચામાં જતા હો તો શા માટે રોજ ધાસ ઉપર ચાલવાના ફાયદા ઉઠાવતા. આજે અમે તમને ખુલ્લા પગે સવાર-સવારમાં બગીચામાં ચાલવાના કેટલાક ખાસ ફાયદા બતાવી રહ્યા છીએ. આ ફાયદા જાણ્યા પછી તમને ચોક્કસ એમ થશે કે રોજ ખુલ્લા પગે બગીચામાં ચોક્કસ ચાલવું જોઈએ.

સારા સ્વાસ્થ માટે વોક અર્થાત્ ચાલવું ખૂબ જ મહત્ત્વપૂર્ણ છે. માત્ર વોક કેટલી વાર સુધી કરવામાં આવે, આ વાતનું ધ્યાન આપવાથી ફાયદો જ નહીંપણ એમ વિચારવું કે વોકિંગ માટે ક્યાં જવું. વોક માટે પાર્ક જાઓ. હરિયાળી જુઓ અને ફૂલોને સહેલાવો. હરિયાળીની વચ્ચે સવાર સવામાં ચાલવાથી તણાવથી મુક્તિ મળી જાય છે સાથે સાથે દિલના સ્વાસ્થ માટે પણ સારું રહે છે. હ્રદયના રોગીઓને હરિયાળીની વચ્ચે ફરવું જોઈએ. ધાસ ઉપર ચાલવાના બીજા પણ અનેક ફાયદા થાય છે. આવો જાણીએ તેના વિશે.

તમે જેટલીવાર જેટલી વધુ હરિયાળીની વચ્ચે રહેશો, એટલા જ વધુ સ્વસ્થ અને તણાવરહિત રહેશો. હરિયાળીની અસરથી આપણે સુરક્ષાનો અહેસાસ કરાવે છે, જે ધીરે-ધીરે માંસપેશીઓના ખેંચણ ઓછા કરે છે અને તણાવમુક્ત બનાવેછે. ગ્રીન થેરાપીથી મસ્તિસ્કની શક્તિ વધે છે. ડાયાબિટીસના દર્દીઓ માટે હરિયાળીની વચ્ચે બેસવું, ફરવું અને તેને જોવું ખૂબ જ સારું માનવામાં આવે છે. ડાયાબિટીસની પીડિત લોકોને લાંબા સમય સુધી ઘાવ રુઝાતા નથી,

પરંતુ ડાયાબિટીસના દર્દીઓ જો હરિયાળીની વચ્ચે રહીને નિયમિત ઊંડા શ્વાસ લેતા રહે તો શરીરમાં ઓક્સીજનની પૂર્તિ થવાને લીધે આ સમસ્યાથી છુટકારો મેળવી શકાય છે. ગ્રીન થેરાપીનું મુખ્ય અંગ છે લીલા-લીલા ધાસ ઉપર ઉધાડા પગે ચાલવું કે બેસવું. સવાર-સવારમાં ઓસથી ભિંજાયેલા ધાસ ઉપર ચાલવાનું સારું માનવામાં આવે છે.

જે પગની નીચેની કોમળ કોશિકાઓ સાથે જોડાયેલી તંત્રિકાઓ દ્વારા મસ્તિષ્ક સુધી પહોંચાડે છે. ધાસ ઉપર થોડીવાર પ્રેમ ભરેલી ભાવનાથી બેસવાથી તણાવ, એલર્જી અને છીંક દૂર તાય છે.

સવાર-સવારમાં ઓસની ભીંજાયેલા ધાસ ઉપર ચાલવાથી આંખની રોશની ફરીથી તેજ થાય છે. જે લોકો ચશ્મા લગાવે છે થોડા જ દિવસોમાં ઉધાડા પગે લીલા ધાસ ઉપર ચાલવાથી તેમના ચશ્મા ઉતરી જાય છે અને ચશ્માના નંબરો ઓછા થઈ જાય છે. આ પણ ગ્રીન થેરાપીનો જ ચમત્કાર છે.

જે લોકો વધુ સમય સુધી પ્રદૂષિત વાયુના સંપર્કમાં રહે છે, તેમનામાં શ્વાસ રોગ થવાની સંભાવનાઓ રહે છે, આ વાયુની તેમના મસ્તિષ્ક ઉપર પણ અસર રહે છે. વ્યક્તિમાં યાદ રાખવાની ક્ષમતા ઘટવા લાગે છે. આ પણ ગ્રીન થેરાપીથી ઓછું કરી શકાયછે. જો તમે તમારા કામના સ્થળે આસપાસ હરિયાળી રાખશો તો પ્રદૂષણકારી તત્વો તમારા સુધી નહીં પહોંચી શકે.

હાઈ બ્લડ પ્રેશરના બધા દર્દીઓને દરરોજ સૂર્યોદયના સમયે ફરવા માટે કોઈ પાર્કમાં જઈને એક કલાક સુધી શુદ્ધ વાયુના વાતાવરણમાં દરરોજ બેસવું કે આ અવધિમાં જ ઓસ પડેલા ધાસ ઉપર ઉધાડા પગે નિયમિત ચાલવાથી જરૂરી લાભ થાય છે. ગ્રીન થેરાપીથી શરીરમાં ઊર્જાનું નિર્માણ થાય છે. હરિયાળીની વચ્ચે ફરવાથી પસીનો બહાર આવે છે જેનાથી શરીરમાં જામેવ વસા ઝડપથી બર્ન થાય છે અને ઊર્જા પ્રાપ્ત થાય છે. ચાલવાથી શરીર વધારે ઓક્સિજનની માંગ કરે છે તો હૃદય તેજથી પંપિંગ કરે છે અને ઝડપથી ફેફસાથી ઓક્સિજનનો સપ્લાય માંગે છે. એમ કરવાથી હૃદય અને ફેફસા બંને કામ કરે છે તેને કહે છે ગ્રીન થેરાપીની કમાલ.જ્યા દાક્તરિ સલાહ નિ જરુર હોય ત્યા દાક્તરિ સલાહ ને અવગણસો નહિ.

6
બારમાસી છોડ ના નુસખા

મોટાભાગના ઘરના ફળિયામાં અને બગીચામાં બારમાસીનો છોડ જોવા મળે છે. આ છોડ મોટાભાગે બધાના બગીચામાં હોય છે પરંતુ કોઇપણ તેના ઔષધીયગુણો વિશે જાણતું નથી. આ છોડનું વાનસ્પતિક નામ કેથેરેન્થસ રોસિયસ છે. આ વાનસ્પતિમાં વિન્કામાઇન, વિનબ્લાસ્ટિન, વિન્ક્રિસ્ટીન, બીટા-કેરોટીન જેવા મહત્વપૂર્ણ રસાયણ મળી આવે છે.

દુનિયાભરના હર્બલ જાણકાર આ છોડના ઔષધીય ગુણોના વખાણ કરતા નથી થાકતાં અને ભારતના આદિવાસી વિસ્તારમાં પણ આ છોડને મહત્વપૂર્ણ હર્બલ નુસખા તરીકે જ ઉપયોગમાં લેવામાં આવે છે. ચાલો, આજે જાણીએ બારમાસીના ઔષધીય ગુણો વિશે. અનિદ્રાથી પરેશાન લોકોને આ છોડના પાનનો મુરબ્બો બનાવીને અલ્પમાત્રામાં સેવન કરવાની હર્બલ જાણકાર સલાહ આપે છે. આ મુરબ્બાનું નિયમિત સેવન કરવાથી ઉંઘ સારી આવે છે.

કોઇપણ રોગ હોય ત્યારે તેના નિદાન માટે આ છોડના પાનનું અલ્પમાત્રામાં સેવન કરવું જોઇએ. આ છોડનું જ્યારે સેવન કરવામાં આવે ત્યારે એક વાતનું ધ્યાન ચોક્કસ રાખવું કે આ છોડનું સેવન અલ્પમાત્રામાં જ હોય નહિતો આ છોડમાં રહેલાં રસાયણ ક્યારેક ઘાતક પણ બની શકે છે. આ છોડના પાનને અને ફૂલોને પીસીને હરસ મસાના પીડિત લોકોએ તેનો ઉપયોગ કરવો જોઇએ. આ પેસ્ટને લગાવવાથી હરસ મસાના દુખામાં ઝડપથી આરામ મળે છે.

હર્બલ જાણકાર મુજબ આ ઉપાયને દરરોજ રાત્રે સુતા પહેલાં ઉપયોગમાં લેવું જોઇએ. જ્યારે ભમરો કે મધમાખી ડંખ મારે ત્યારે આ છોડના રસનો ઉપયોગ કરવો જોઇએ. આ છોડનો રસ ડંખ વાળા સ્થાને લગાવવાથી તરત

જ આરામ મળે છે. આ રસને કોઇપણ ધાવ પર લગાવવાથી ધાવ પણ જલ્દી ભરાઇ જાય છે. ત્વચા પર ખંજવાળ, લાલ નિશાન અથવા કોઇ પણ પ્રકારની એલજી હોય તો આ છોડના પાનનો રસ લગાવવાથી તરત જ આરામ મળે છે.

ત્વચા પર ધાવ અથવા ઝીણી-ઝીણી ફુન્સી-ફોલ્લી થઇ ગઇ હોય તો આ છોડના પાનનો રસ દૂધમાં મિક્સ કરીને શરીરના તે અંગો પર લગાવવો. એવું માનવામાં આવે છે કે, આ ઉપાય કરવાથી ધાવ પાકી જાય છે અને જલ્દી જ તે ધાવની અંદર રહેલી ગંદગી બહાર નીકળી જાય છે.

બારમાસીના ફૂલો અને પાનના રસને ખીલ પર લગાવવાથી થોડાક જ દિવસોમાં તેનાથી રાહત મેળવી શકાય છે. પાન અને ફૂલોને થોડા પાણીમાં પીસીને તેનો લેપ ખીલ પર દિવસમાં ઓછામાં ઓછી બે વાર લગાવવામાં આવે તો ખીલની સમસ્યામાંથી જલ્દી જ છુટકારો મેળવી શકાય છે.ડાંગ-ગુજરાતના આદિવાસી લાલ અને ગુલાબી ફૂલોનો ઉપયોગ ડાયબિટીઝમાં લાભકારી માને છે.

આધુનિક વિજ્ઞાન પણ આ ફૂલોનું સેવન કર્યા પછી લોહીમાં ગ્લુકોઝની માત્રામાં કમીને પ્રામાણિત કરી ચુક્યા છે. બે ફૂલને એક કપ ઉકાળેલા પાણી અથવા ખાંડ વિનાની ઉકાળેલી ચામાં નાખીને ઢાંકીને રાખવું અને પછી જ્યારે તે ઠંડુ પડી જાય તો રોગીને પીવડાવી દેવું. એવું માનવામાં આવે છે કે, આ ઉપાયને જો દરરોજ કરવામાં આવે તો ડાયાબિટીઝમાં જલ્દી જ ફાયદો મળે છે.હવે વૈજ્ઞાનિક બારમાસીના ફૂલોનો ઉપયોગ કરી કેન્સર જેવા ભયાનક રોગના નિવારણ માટે પણ કરે છે.

આ છોડના વિવિધ ભાગને લ્યુકેમિયા જેવા રોગોના નિદાન માટે ઉપયોગમાં લે છે. આધુનિક શોધો મુજબ, આ છોડના પાનમાં મળી આવતા પ્રમુખ અલ્કલાયડ રસાયણો જેવા વિનબ્લાસ્ટિન અને વિનક્રિસ્ટિનને લ્યૂકેમિયાના ઉપચાર માટે ઉપયોગમાં લેવામાં આવે છે.આ છોડના પાનને તોડવામાં ત્યારે જ દૂધ નિકળે છે, તેને ધાવ પર લગાવવાથી કોઇ પ્રકારનું સંક્રમણ નથી થતું અને ધાવ જલ્દી સૂકાઇ પણ જાય છે.

પાનમાંથી નીકળતું દૂધ શરીરના કોઇ ભાગમાં જો સતત ખંજવાળ આવતી હોય ત્યાં લગાવવામાં આવે તો જલ્દી આરામ મળે છે. દૂધને છોડમાંથી એકઠું કરીને પ્રભાવિત અંગ પર દિવસમાં ઓછામાં ઓછું બે વાર લગાવવામાં આવે તો જલ્દી આરામ મળે છે જ્યા દાક્તરિ સલાહ નિ જરુર હોય ત્યા દાક્તરિ સલાહ ને અવગણસો નહિ..

7
ફાઈબ્રોમાયલ્જિયા

ફાઈબ્રોમાયલ્જિયા એક એવી સ્થિતિ છે જેના કારણે આખા શરીરમાં દુઃખાવો અને થાક અનુભવાય છે. નેશનલ ઈન્સ્ટીટ્યૂટ ઓફ હેલ્થ મુજબ 5 મિલિયન યુવાનો જેમાં સ્ત્રીઓ વધારે સામેલ છે તેઓ ફાઈબ્રોમાયલ્જિયાના શિકાર છે. ફાઈબ્રોમાયલ્જિયા લક્ષણોને ઓળખવા મુશ્કેલ છે કારણ કે તે અન્ય બીમારીઓ જેવા જ હોય છે.

આનો ઉપચાર પણ સરળ નથી. ફાઈબ્રોમાયલ્જિયાને રોકવા માટે કેટલાક આહાર બહુ જ ઉપયોગી સાબિત થાય છે. જે આ સમસ્યાને વધતા અટકાવે છે. ફાઈબ્રોમાયલ્જિયાના લક્ષણો જોઇતો,આખા શરીરમાં દર્દ રહેવું થાક,બ્રેઈન ફ્રોગ (વિચાર શક્તિ ઘટાડે),સૂવામાં પરેશાની,સવારે શરીર અકળાઈ જવુંસ્નાયુઓમાં ગાંઠ, નબળાઈ, સ્નાયુ સંકોચન,પાચન વિકાર,માથાનો દુઃખાવો, માઈગ્રેન,ખંજવાળ અને ત્વચામાં બળતરા,બેલેન્સ પ્રોબલેમ્સ, જોવા મળે છે.

કેટલાક સંશોધન મુજબ શાકાહારી ભોજન ફાઈબ્રોમાયલ્જિયા ને પ્રભાવિત કરે છે. સંશોધનમાં જાણવા મળ્યું છે કે શાકાહારી ભોજન જેમાં ભરપૂર પ્રમાણમાં એન્ટીઓક્સીડેન્ટ સામેલ હોવાથી તેનું સેવન કરવું જોઈએ. આનાથી ફાઈબ્રોમાયલ્જિયાના દર્દીને રાહત મળે છે. બીએમસી પૂરક અને વૈકલ્પિક ચિકિત્સાના એક સંશોધન મુજબ જે લોકો કાચા શાકભાજીનું સેવન કરે છે તેમને ફાઈબ્રોમાયલ્જિયા રોગને કારણે થતાં શારીરિક દુઃખાવામાં બહુ આરામ મળે છે. જોકે આજકાલ લોકોને શાકાહારી અને સાત્વિક ખોરાક ભાવતો નથી. જેના કારણે આવા રોગો શરીરમાં પ્રવેશે છે. તો તમે ચેતી જજો.

શાકભાજી અને ફળોનું કરો સેવન:ફળો અને શાકભાજીઓમાં કેલરીની માત્રા ઓછી અને ફાઈબર ભરપૂર પ્રમાણમાં હોય છે. આ સિવાય તેમાં એન્ટીઓક્સીડેન્ટ અને ફાઈટોન્યૂટ્રીયન્સ પણ સારા એવા પ્રમાણમાં હોય છે. આ

એવા લોકો માટે સારું છે જે સ્થૂળતા, આઈબીએસ અને ઓટોઈમ્યૂન ડિસોર્ડરથી પીડિત ફાઈબ્રોમાયલ્જિયાના દર્દી હોય છે. સાથે જ તેમાં ફાઈબ્રોમાયલ્જિયાના લક્ષણોને વધારનારા તત્વોને ઘટાડવાની ક્ષમતા હોય છે. એક સંશોધન મુજબ પ્રિઝર્વેટિવ અને કલર્સ ફાઈબ્રોમાયલ્જિયાના દર્દી પર ખરાબ અસર પાડે છે. તો તેનાથી દૂર રહેવું.

ઓમેગા 3નું સેવન: કોલ્ડ વોટર ફિશ અને નટ્સમાં મળતા ઓમેગા 3માં જ્વલન રોધી ગુણ ફાઈબ્રોમાયલ્જિયામાં બહુ જ ઉપયોગી હોય છે. જેના કારણે એન્જાઈમ ફેટને સરળતાથી શરીરમાં ઓગળવામાં મદદ મળે છે અને તેનું મેટાબોલિઝ્મ થાય છે. આનાથી જરૂરથી વધારે ચરબી શરીરમાં ભેગી થતી નથી. સાથે જ ઓમેગા 3 શરીરમાં રોગ પ્રતિકારક ક્ષમતાને વધારે છે.

મેગ્નેશિયમ લો: મેગ્નેશિયમને કારણે આપણા શરીરમાં બહુ બધી રાસાયણિક પ્રક્રિયાઓ થાય છે આ માસપેશીઓ અને હાડકાઓને મજબૂત રાખે છે. મેગ્નેશિમય હ્રદય રોગ રોકવા અને બ્લડપ્રેશરને નિયંત્રિત કરવામાં મદદ કરે છે. કોળાના બીજ, પાલક અને બદામમાંથી મેગ્નેશિયમ મળી રહે છે. આ ફાઈબ્રોમાયલ્જિયાના દુ:ખાવામાં રાહત આપે છે.

વિટામિન ડી: કેટલાક યુવાનોમાં વિટામિન ડીની ઉણપ હોય છે. ફાઈબ્રોમાયલ્જિયાના દર્દી માટે સૂર્ય પ્રકાશ વરદાન સમાન હોય છે. વિટામિન ડીની ઉણપ ફાઈબ્રોમાયલ્જિયાના લણક્ષોમાંથી એક હોય છે. આની ઉણપને કારણ હાડકા અને માસપેશીઓમાં દર્દ થાય છે.આમાં શૂગર સ્તરને સંતુલિત રાખવાની ક્ષમતા હોય છે.

ભરપૂર પ્રમાણમાં પાણી પીઓ: પાણી સ્વાસ્થ્ય માટે જરૂરી હોય છે અને ફાઈબ્રોમાયલ્જિયાના દર્દીઓના ડાયટમાં એક મહત્વપૂર્ણ આહાર છે. ઊર્જાની ઉણપ ડિહાઈડ્રેશનને વધારે છે. જેથી ભરપૂર પ્રમાણમાં પાણી પીતા રહેવું. પાણી સાંધામાં ચિકાશ બનાવે છે અને સાંધાનો દુ:ખાવો પણ દૂર કરે છે. આપણી માસપેશીઓનો 80 ટકા ભાગ પાણીનો બનેલો હોય છે. જેથી પાણીથી માસપેશીઓમાં દર્દ પણ દૂર થાય છે.

લીન પ્રોટીનનું સેવન કરો: શરીરમાં કાર્બની માત્રા ઘટાડવા માટે પ્રોટીન ભરપૂર માત્રામાં લેવું જોઈએ. આનાથી તમારા શરીરમાં લોહીનું પરિભ્રમણ યોગ્ય રીતે થશે. જે તમારો થાક દૂર કરવામાં મદદ કરશે. લીન પ્રોટીનમાં ફેટ કે કાર્બોહાઈડ્રેટની સરખામણીમાં બેગણી શક્તિ હોય છે. આ તમારા મેટાબોલિઝ્મને ગતિ આપે છે. પ્રોટીનને કારણે વધેલા મેટાબોલિઝ્મની સાથે તમારું શરીર પહેલાંની જેમ કાર્બોહાઈડ્રેટ અને ફેટ ગ્રહણ કરવા છતાં વધારે કેલરી બર્ન કરી શકશે. જેથી તમારું શરીર ફાઈબ્રોમાયલ્જિયાથી લડવા માટે

સક્ષણ બની શકશે. જ્યા દાક્તરિ સલાહ નિ જરુર હોય ત્યા દાક્તરિ સલાહ ને અવગણસો નહિ.

8

મેડિટેશનનાં, અદભુત ફાયદા ને સાવધાની

પહેલુ સુખ તે જાતે નર્યા – આ કહેવતથી આપણે બહુ સારી રીતે પરિચિત છીએ, એટલે જ તો નિરોગી જીવનની સામે દુનિયાનાં દરેક સુખને પાંગળા ગણવામાં આવે છે. સ્વસ્થ શરીરનાં મહત્વ પર આપણાં વડલાઓએ ખુબ જ ભાર આપ્યો છે. આ જ કારણથી તો પ્રાચીન સમયમાં યોગની શોધ કરી હતી.

આજની લાઇફ સ્ટાઇલ અને ઝડપી બની રહેલી જિંદગીની દોડમાં તન-મન-ધનનું તાદાત્મ્ય સાધવું ઘણું મુશ્કેલીભર્યું બની ગયું છે. તે સ્થિતિમાં મેડિટેશન દ્વારા માનસિક થાક ઓછો થતાં આપણે અનેક રીતે સફળતા મેળવી શકીએ. એટલે કે મેડિટેશન, આત્મવિશ્વાસ, સંકલ્પ બળ દ્વારા માનસિક એકાગ્રતા વધારતાં, ધ્યાનયોગ દ્વારા માનસિક શાંતિની સાથે સાથે નવાં જોમ અને તાજગી તેમજ ઉત્સાહનો સંચાર થાય છે.

જો તમને કોઇ ચિંતા હોય કે ઊંઘ ન આવતી હો, આવામાં જો તમે કોઇ ડોક્ટરનો સંપર્ક કરશો તો તેઓ પણ તમને મેડિટેશન કરવાની સલાહ આપશે. જેમાં એકાગ્રતાની ઊણપ હોય છે તેઓ ખૂબ જ ચિંતિત, ઉદાસ, ચિડચિડિયા અને હતાશ રહે છે. કેટલાંક લોકો અપરાધ ભાવના અને હીનભાવનાનો શિકાર પણ થઇ જાય છે.

આત્મવિશ્વાસની ઊણપ અને અસુરક્ષાની ભાવના, કુંઠા, ગુસ્સો, ઘભરાહટ વગેરે વધી જાય છે. જેના કારણે અનેક સ્વાસ્થ્ય સમસ્યાઓ પણ શરીરમાં ઘર કરે છે. જેથી આજે અમે તમને ધ્યાન એટલે કે મેડિટેશન કરવાથી કેવા ફાયદા થાય છે, મેડિટેશનના ફાયદા શું-શું છે આ બધું જણાવીશું. ધ્યાનની પદ્ધતિ:ધ્યાન એ મોટી સાધના છે; કે અમુક સિદ્ધ પુરુષો કે ઋષિ-મુનિઓ જ ધ્યાન કરી શકે એ

ખોટી માન્યતા છે.

ધ્યાન એ મનની સહજ સ્થિતિ છે જેને પ્રાપ્ત કરવાનું દરેક માણસ માટે શક્ય છે એટલું જ નહીં પણ એ સહેલું પણ છે.ધ્યાનની અનુભૂતિ માટે જે રીતે શરીરને ફાવે અને સ્થિરતા પૂર્વક લાંબો સમય ટટ્ટાર કરોડરજ્જુ રાખીને બેસી શકાય એ રીતે બેસવું જોઇએ. સુખમ્ સ્થિરમ્ આસનમ્. સુખપૂર્વક - સ્થિરતાથી બેસી શકાય એવું આસન પસંદ કરવું જોઇએ. તમને સાદી પલાંઠી વાળીને બેસવાનું ન ફાવે તો ખુરશીમાં ટટ્ટાર બેસો; નહીં તો પદ્માસનમાં કે સિદ્ધાસનમાં કે વજ્રાસનમાં - જેમ ફાવે તેમ ટટ્ટાર સ્થિરતા પૂર્વક બેસો.હવે આંખો બંધ કરી દો.

તમારા મનમાં અનેક જાતના વિચારો આવ્યા કરશે. આ વિચારો પાછળ દોરવાઇ ન જાઓ. વિચારોને આવવા દો અને નિરપેક્ષ નિષ્કામભાવે એને પસાર થઇ જવા દો. ન વિચારોને રોકવાનો પ્રયત્ન કરો - ન એની પાછળ દોરવાઇ જાઓ. જાણે કે ફિલ્મ જોતા હો તેમ એક પછી એક વિચારોને આવવા દો અને પસાર થઇ જવા દો. ધીમે ધીમે વિચારોનું પ્રમાણ આપોઆપ ઘટતું જશે. આ પ્રક્રિયાની સાથોસાથ, ધીમેધીમે ઊંડા શ્વાસોશ્વાસ લેવાની શરૂઆત કરી દો.

દરેક શ્વાસની સાથે પેટની દિવાલ ધીમેથી બહાર તરફ ધકેલાવી જોઇએ અને ઉચ્છવાસની સાથે અંદર તરફ જરા પણ ઝાટકા વગર, લયબદ્ધ, ધીમેધીમે ઊંડા શ્વાસોચ્છવાસ લેતા રહો. તમારું બધું જ ધ્યાન શ્વાસોચ્છવાસ પર જ કેન્દ્રિત થશેધ્યાન એટલે શું? ધ્યાન એટલે કુદરત સાથે સંવાદિતા સાધવી; ધ્યાન એટલે પરમ શાંતિ; ધ્યાન એટલે મનના વિક્ષેપો, વિચારો કે વિકારોને મનની આંતરિક શાંતિની અનુભૂતિના રસ્તામાં ન આવવા દેવાની પ્રક્રિયા.

આમ, ધ્યાનને અનેક રીતે વર્ણવી શકાય છે.આપણું મન અને સમગ્ર વિશ્વમાં એક પરમ શાંતિનું તત્વ છવાયેલું હોય છે. જ્યારે શરીર અને મન, કુદરત સાથે સંવાદિતા સાધીને રહે છે; માનસિક વિચારો કે વિકારો આ શાંતિથી મનને દૂર ન લઇ જાય એની કાળજી રાખવામાં આવે છે - ત્યારે શાંતિ મેળવવાની પ્રક્રિયા શક્ય બને છે જેને ધ્યાન એટલે કે મેડિટેશન કહેવામાં આવે છે.ધ્યાન (મેડિટેશન)થી થતાં ફાયદા

ધ્યાન એક એવી ક્રિયા છે જે તણાવને ઝડપથી દૂર કરે છે. એક રિસર્ચ પબ્લિકેશનમાં બતાવવામાં આવ્યું છે કે મેડિટેશન, તણાવને ઓછું કરે છે અને દિમાગને શાંત કરે છે, તેને કરવાથી શરીરનું કોરટિસોલહામૌનયોગ્યમાત્રામાંરહેછે. મેડિટેશન કરવાથી આપણે પોતાને જાણી શકીએ છીએ. ખરા-ખોટાની ખબર પડે છે.

મેડિટેશન કરવાથી દરેક વ્યક્તિને પોતાના માઇંડસ્પોટની જાણકારી મળે છે જે આપણને વાસ્તવિકતાથી પર દોષોથીદૂરરાખેછે. સાંધાના દુખાવાથી ગ્રસિત

લોકો એક સર્વે મુજબ જો નિયમિત રીતે મેડિટેશન કરે છે તો તેમને આરામ મળે છે. આનાથી તણાવ અને થાકમાં પણ રાહત મળે છે. મેડિટેશન ગર્ભવતી મહિલાઓમાં ડિપ્રેશન ઓછું કરે છે પાંચમાંથી એક ગર્ભવતી મહિલાને ડિપ્રેશન થાય છે, એવામાં તેમને મેડિટેશન કરવાથી આરામ મળે છે.

મેડિટેશન એક પ્રકારનું માઇંડફુલનેસ યોગા હોય છે જે શરીરમાં સકારાત્મક ઉર્જાનેએકત્રિતકરેછે.ટીનેજરમાં ડિપ્રેશનની સમસ્યા દૂર કરે છે. ટીનએજર્સને લાગે છે કે દુનિયાની તમામ સમસ્યા તેમની જ પાસે છે. તેઓ ખૂબ જ તણાવમાં રહે છે. જો તેઓ નિયમિતપણે મેડિટેશન કરેતોતણાવદૂરથશેઅનેખુશરહેશે.

વજન ઘટાડવામાં સહાયક હોય છે. મેડિટેશન કરવાથી વજન પણ ઘટાડી શકાય છે. એક સર્વે અનુસાર, આ વાત સામે આવી છે કે જે લોકો વજન ઘટાડવાના ઇચ્છુક હોય તેઓ જો મનથી મેડિટેશન કરે તો તેઓ આનો લાભ લઇ શકે છે. ઊંઘ આવવામાં મદદરૂપ હોય છે. જો કોઇને અનિંદ્રાની સમસ્યા હોય તો ચોક્કસ મેડિટેશન કરવું. મેડિટેશન કરવાથી મૂડ અને ઇમોશન કંટ્રોલમાં રહે છે અને ઊંઘ પણ સારી આવે છે.મેડિટેશન કરતી વખતે કઇં-કઇં સાવધાનીઓ રાખવી

મેડિટેશન કરતી વખતે હંમેશાં હકારાત્મક વિચારો સાથે શરૂઆત કરવી. મેડિટેશન કરતી વખતે થાઇરોઇડ, હાઈ-લો બ્લડપ્રેશર તો નથીને? એ ચેક કરી લેવું જરૂરી.શાંત, શુદ્ધ હવામય વાતાવરણ પસંદ કરવું.ધ્યાન કરતી વખતે શ્વાસના લય પર ધ્યાન આપો, એનો અનુભવ કરો. ધ્યાનયોગ કરતી વખતે આરામદાયક ઢીલાં વસ્ત્રો પહેરવા.

તબિયત સારી ન હોય તે સ્થિતિમાં હળવાં આસનો જ કરવાં.ધીમીગતિએજપ્રાણાયામકરવો.મેડિટેશન કર્યા પછી પંચમુખી મુદ્રા દ્વારા શક્તિ લોક કરવી જરૂરી. શું કરવું શું નહીં જમ્યા પછી તરત જ કોઇપણ રીતે મેડિટેશન કરવાથી શારીરિક-માનસિક સ્થિતિ પર વપિરીત પ્રભાવ પડે છે. મેડિટેશન કર્યા પછી તરત જ જમવું નહીં.

બે-પાંચ મિનિટ પછી પાણી, દૂધ-ઘી લઇ શકાય. મેડિટેશનમાં અવારનવાર વિક્ષેપ ન પડે તે માટે આહાર-વિહારમાં કાળજી રાખવી.નેગેટિવવિચારોધરાવતીવ્યક્તિઓથીદૂરરહેવું. મેડિટેશન પહેલાં આસન કરતી વખતે શરીર પર વધુ દબાણ ન આવે, સ્ટ્રેસ ન પહોંચે એ બાબતની ખાસ કાળજી રાખવી.

પ્રાણાયામ અને ધ્યાનયોગ દ્વારા ઇન્દ્રિઓ અને મનના દોષો જે રીતે ધાતુને અગ્નિમાં તપાવવાથી તેના દોષ દૂર થાય છે અને અસાધારણ ઝડપે માનસિક એકાગ્રતા વધે તેમજ શાંતિનો અનુભવ થાય છે. જ્યા દાક્તરિ સલાહ નિ જરુર

હોય ત્યા દાક્તરિ સલાહ ને અવગણસો નહિ.

૧

નાના બાળકોની સ્વાસ્થ્ય સમસ્યાઓ માટે ખાસ ઘરેલૂ નુસખા

નાના બાળકોને નાની-નાની સ્વાસ્થ્ય સમસ્યાઓ તો ચાલતી જ રહે છે. પરંતુ નાના બાળકોને જ્યારે કોઈ સમસ્યા થાય ત્યારે તેમની તકલીફ સમજવી બહુ જ મુશ્કેલ હોય છે કારણ કે નાના બાળકો બોલી ન શકે અથવા તો સરખી રીતે જણાવી ન શકે કે તેમને શું તકલીફ થઈ રહી છે તો તેનું નિદાન પણ મુશ્કેલ બને છે.

એવામાં જો આડીઅવડી દવાઓ આપી દેવામાં આવે તો તેનાથી સ્વાસ્થ્યને નુકસાન થઈ શકે છે. જેથી નાના બાળકો માટે સૌથી શ્રેષ્ઠ અને કોઈ જ આડઅસર વિનાના ઉપાય જ અપનાવવા જોઈએ, જેના માટે આયુર્વેદની દેશી દવાઓ અને ઘરેલૂ નુસખા ઉત્તમ રહે છે.

જેથી આજે અમે તમને નાના બાળકોની નાની-નાની સ્વાસ્થ્ય સમસ્યાઓ માટે કેટલાક ખાસ ઘરેલૂ અને ઝડપથી આરામ પહોંચાડે તેવા સરળ નુસખા જોઇતો તો ખજૂરની એક પેશી ચોખાના ઓસામણ સાથે મેળવી, ખૂબ વાટી તેમાં થોડું પાણી મેળવીને નાના બાળકોને બે ત્રણ વખત આપવાથી નબળાં થઈ ગયેલા બાળકો હૃષ્ટપુષ્ટ ભરાવદાર બને છે.

એક ચમચી પાલકની ભાજીનો રસ લઈ મધમાં ભેળવી રોજ બાળકને આપવાથી સુકલકડી બાળકો શક્તિશાળીબનેછે. પાકાં ટામેટાંનો તાજો રસ નાનાં બાળકોને દિવસમાં બે-ત્રણ વાર આપવાથી

બાળકોનિરોગીઅનેબળવાનબનેછે. બાળકોને તલ ખવડાવવાથી બાળકો રાત્રે ઊંઘમાં પેશાબ કરતાં હોય તો અટકે છે અને શરીર પુષ્ટ બનેછે.

તુલસીના પાનનો રસ મધમાં મેળવીને પેઢા પર ઘસવાથી બાળકના દાંત તકલીફ વગર સરળતાથી આવે છે. તુલસીના પાનનો રસ પાંચથી દસ ટીપાં પાણીમાં નાખીને રોજ પીવડાવવાથી બાળકના સ્નાયુઓ અને હાડકાં મજબૂત બને છે. બાળકની ઉંચાઈ વધે છે.

દૂધ પીવડાવતાં પહેલા ટામેટાંનો એક ચમચી રસ પીવાથી, બાળકોને થતી દૂધની ઊલટી મટે છે.

હળદર નાખી ગરમ કરેલા દૂધમાં સહેજ મીઠુંને ગોળ નાખીને આપવાથી બાળકોની શરદી, કફ અને સસણીમટેછે. લસણની એક કે બે કળી દૂધમાં પકાવી, ગાળી દૂધ આપવાથી બાળકોની મોટી ઉધરસ મટે છે. છાશમાં વાવડિંગનું ચૂર્ણ આપવાથી નાનાં બાળકોના કરમિયાં મટે છે.

સફેદ કાંદાને કચરીને સૂંઘાડવાથી બાળકોની આંચકી-તાણમાં ફાયદો થાય છે.ધાણા અને સાકરને ચોખાના ઓસામણમાં આપવાથી બાળકોની ઉધરસ અને શ્વાસ મટે છે.

નાગરવેલનાં પાનને દિવેલ ચોપડી સહેજ ગરમ કરી, બાળકની છાતી પર મૂકી ગરમ કપડાંથી હળવો શેક કરવાથીકફછૂટોપડીજાયછે.લસણની કળીઓને કચડી, પોટલી બનાવી, બાળકના ગળામાં બાંધી રાખવાથી બાળકની કાળી ખાંસીમટેછે.- બાળકની છાતી કફથી ભરાઈ ગઈ હોય તો તુલસીના પાનનો રસ મધમાં મેળવી બે-ત્રણવાર આપવાથી તુલસીના રસને ગરમ કરી છાતી, નાક તથા કપાળે લગાડવાથી શરદી અને કફમાંખૂબરાહતમળેછે.

બાળકને પેટમાં દુ:ખે ત્યારે તેના પેશાબને પેટ ઉપર ચોપડવાથી લાભ થાય છે. નાના બાળકને છાશ પીવડાવવાથી દાંત નીકળવામાં તકલીફ થતી નથી. જ્યા દાક્તરિ સલાહ નિ જરુર હોય ત્યા દાક્તરિ સલાહ ને અવગણસો નહિ.

10
લીમડો છે ગજબની દવા, માત્ર પાનથી જ થાય છે મોટા રોગોનો ઈલાજ

લીંમડાને આયુર્વેદમાં એક ખૂબ જ ઉપયોગી વનસ્પતિ માનવામાં આવી છે. લીંમડાનો ઉપયોગ અનેક રોગોમાં ચમત્કારી અસર બતાવે છે. આના પ્રયોગથી અનેક અસાધ્ય બીમારીઓ સારી કરી શકાય છે. તેના ઔષધીય ગુણોને લીધે જ સંયુક્ત રાષ્ટ્ર સંઘે તેને 21મી શતાબ્દીનું વૃક્ષ ઘોષિત કરવામાં આવ્યું છે.

આદિવાસી વિસ્તારોમાં લીંમડાને એક મહત્વપૂર્ણ ઔષધીય વૃક્ષની રીતે જોવામાં આવે છે. ચરક સંહિતા અને સુશ્રૃત સંહિતા જેવા પ્રાચીન ચિકિત્સા ગ્રંથોમાં પણ તેનો ઉલ્લેખ મળે છે. તે ગ્રામી ઔષધાલાયનું નામ આપવામાં આવ્યું છે. આ ઝાડની ખાસિયત છે કે તેની ઉપર કોઈ કિડા-મકોડા નથી લાગતા. એટલા માટે લીંમડાને આઝાદ ઝાડ કહેવામાં આવ્યું છે. લીંમડાની આ ઉપયોગીતાનું ધ્યાન રાખીને જ આજે જાણીએ લીંમડા સાથે જોડાયેલ કેટલાક અનોખા અને કારગર પારંપરિક નુસખા વિશે..

લીંમડાના પાનનો જ્યૂસ પીવાથી શરીરની ગંદકી નિકળી જાય છે. તેનાથી વાળકાળા, ઘાદ્ય અને ચમકદાર થઈ જાય છે. ત્વચાની કાંતિ વધી જાય છે. ડાયજેશન યોગ્ય થઈ જાય છે. -લીંમડાની લીંબુડીઓને પીસીને રસ તૈયાર કરી વાળ ઉપર લગાવવામાં આવે તો જૂ મરી જાય છે. -અળાઈથી છુટકારો પ્રાપ્ત

કરવા માટે લીંમડાની છાલને ઘસીને લેપ કરવામાં આવે અને તે ભાગ ઉપર લગાવવામા આવે જ્યાં અળાઈ અને ફુસીઓ થઈ હોય, તો આરામ મળે છે. પાણીમાં થોડીવાર લીંમડાના પાન નાખીને નહાવાથી પણ અળાઈ દૂર થઈ જાય છે

.લીમડાના પાનનો લેપ વાળો ઉપર લગાવવાથી વાળ સ્વસ્થ રહે છે અને ખરવાનું ઓછું થાય છે. -લીમાડા અને બોરના પાનને પાણીમાં ઉકાળીને આ પાણીથી વાળ ધોવાથી વાળ ખરવાનું બંધ થઈ જાય છે. -લિંબોલીનું ચૂર્ણ બનાવી એક-એક ગ્રામ માત્રામાં રાતના સમયે નવશેકા પાણીની સાથે લો. આ નુસખા કબજિયાતની સમસ્યામાં રામબાણ છે. -વીંછી કરડ્યો હોય તો લીમડાન પાન મસળીને કરડેલી જગ્યાએ લગાવવાથી બળતરા ઓછી થઈ જાય છે અને સાથે જ ઝેરની અસર પણ ઓછી થઈ જાય છે.-ડાંગમાં આદિવાસીઓ લગભગ 200 ગ્રામ લીમડાના પાનને 2 લિટર પાણીમાં ઉકાળે છે.

જ્યારે આ પાણીનો રંગ લીલો થઈ જાય છેત્યારે તે પાણીને બોતલમાં ગળીને રાખી દે છે. નહાતી વખતે ડોલમાં 75થી 100 મિલીલિટર લીમડાનું આ પાણી નાખવામાં આવે છે. જાણકારોના કહેવા પ્રમાણે નહાવાનું આ પાણી સંક્રમણ, ખીલ અને શરીરના જૂના રોગ દાગ-ધબ્બાથી છુટકારો આપાવે છે.લીમડાના રાસના 2 ટીપા આંખોમાં નાખવાથી આંખોની રોશની વધે છે. જો કોઈને કન્જેક્ટીવાઈટિઝ થઈ ગયો હોય તો તે ઝડપથી દૂર થઈ જાય છે.

લીમડાને મહીનામાં 10 દિવસ સુધી સેવન કરતા રહેવાથી ક્યારેય હાર્ટ એટેક નથી આવતો. લીમડાના રસનો ઉપયોગ મલેલિયામાં પણ કરવામાં આવે છે. લીમડો વાયરસને થવા નથી દેતો અ લિપરની કાર્યક્ષમતાને મજબૂત કરે છે.-ડાંગ ગુજરાતના આદિવાસીઓ લીમડાના ગુલાબી કોમળ પાનને ચાલીને રસ ચૂસવાથી ડાયાબિટીસમા આરામ મળે છે.-લીમાડાનો જ્યૂસ ડાયાબિટીસના દર્દીઓ માટે ખૂબ જ લાભદાયી છે. રોજ લીમાડાનો જ્યૂસ પીવાથી બ્લડ સુગર કંટ્રોલમાં રહે છે.

કેટલાક આદિવાસીઓ લીમડાના પાનને રસ તજમાં ચૂર્ણ બનાવીને ડાયાબિટીસના દર્દીને આપે છે. તેના પરિણામે ઘણો આરામ મળે છે. જો કે તેને ક્લિનીકલી અને વૈજ્ઞાનિક પ્રમાણ હજુ સુધી જોવા નથી મળ્યું. પણ તેને પારંપરિક નુસખા તરીકે અજમાવવામાં બુરાઈ નથી.બુંદેલ ખંડના આદિવાસીઓ હર્બલ જાણકારો બવાસીર જેવા કષ્ટકારી રોગના ઈલાજ માટે લીમજા અને કંનેરના પાનની સમાન માત્રામાં લેવાની સલાહ આપે છે.

તેમનું માનવું છે કે આ લેપ લગાતાર એક અઠવાડિયા સુધી લેવાથી કષ્ટ ઓછું થઈ જાય છે.-મધ્ય પ્રદેશના બેતૂલ જિલ્લાના કોરકુ આદિવાસીઓ

મલેરિયામાં લીમડાના(લાકડાની અંદરની) છાલને ફૂટીને કાંસાના વાસણમાં પાણીની સાથે થોડીવાર ઉકાળે છે. તેને પછી એક કપડાંથી ગળી લે છે. આ આદિવાસીઓના કહેવા પ્રમાણે આ પાણીને દિવસમાં ત્રણવાર મલેરિયાના દર્દીને આપવામાં આવે તો મલેરિયા દૂર થઈ જાય છે.-ગરમીમાં લૂ લાગી રહી હોય ત્યારે લીમડાના ફૂલ, ફળ, પાન, છાલ અને જડનું ચૂર્ણ બનાવીને પાણીમાં મેળવીને લેવાથી લૂની અસર દૂર થઈ જાય છે

લીમડાના 25 ગ્રામ તેલમાં થોડું કપૂર મેળવીને આ તેલ ફુસી કે ઘાવ ઉપર લગાવવાથી ઘાવ ઝડપથી ભરાઈ જાય છે.-સાંધાના સોજાઓ ઉપર લીમડાના તેલનું માલિશ કરવાથી લાભ થાય છે.-લીમડાન પાન કીડા મારે છે, એટલા માટે તેના પાનને અનાજમાં પણ રાખે છે.-આદિવાસીઓના કહેવા પ્રમાણે લીમડાના પાન અને મકોયના(પિલુડી) ફૂલના રસ સમાન માત્રામાં લઈ આંખની પલકો ઉપર લગાવવવાથી આંખની લાલાશ દૂર થઈ જાય છે.

ડિલેવરીના સમયે લેબર પેનમાં આરામ માટે લીમડાના રસથી મસાજ કરવું જોઈએ. દર્દ ઓછું થવા લાગેશેગળાનો સોજો દૂર કરવા માટે(5 ગ્રામ) લીમડાના પાન, 4 કાળી મરી, 2 લવિંગ અને ચપટી ભર મીઠું મેળવીને ઉકાળો બનાવીને લો. તેનું સેવન દિવસમાં 3-4 વાર કરો. ગુજરાતના આદિવાસીઓ આ નુસખાને રામબાણ માને છે.-લીમડાના 20 પાન પીસીને એક કપ પાણીમાં મેળવીને પીવાથી કોલેરા દૂર થઈ જાય છે.

લીંબોળીનું તેલ લગાવવાથી બળી ગયા પછી ઘાવ ઝડપથી ભરાઈ જાય છે.-લીમડાના ફૂલ તથા લીંબોળી ખાવાથી પેટના રોગો થતા નથી.-લીમડાની જડમાં પાણી ઉકાળીને પીવાથી તાવ દૂર થઈ જાય છે. છાલને બાળીને તેની રાખમાં તુલસીના પાનનો રસ મેળવીને લગાવવાથી દાગ-ધબ્બા દૂર થઈ જાય છે.

લીમડાના તેલથી માલિશ કરવાથી ચામડીનો રોગ ઠીક થઈ જાય છે. લીમડાનો લેપ પણ બધા પ્રકારના ચામડીના રોગોના નિવારણમાં સહાયક છે.-લીમડાનું દાતણ કરવાથી દાંત અને મસુડો મજબૂત થાય છે અને દાંતમાં કિટાણુ નથી થતા. મુખમાંથી દુર્ગંધ આવવાનું બંધ થઈ જાય છે.

લીમડાના રસમાં સીંધુ નમક મેળવીને મંજન કરવાથી પાયોરિયા, દાંત-દાંઢનું દર્દ વગેરે દૂર થઈ જાય છે.-લીમડાના કુપળોને પાણીમાં ઉકાળીને કોગળા કરવાથી દાંતનું દર્દ દૂર થઈ જાય છે. જ્યા દાક્તરિ સલાહ નિ જરુર હોય ત્યા દાક્તરિ સલાહ ને અવગણાસો નહિ.

11
બદલાતી ઋતુમાં વારંવાર આવતાં તાવને દૂર કરશે આ ઉપાય

વાતાવરણમાં થતાં પરિવર્તનને લીધે નાના બાળકોથી લઇને વૃદ્ધો સુધી બધા જ લોકોને સ્વાસ્થ્ય સંબંધી કોઇને કોઇ પરેશાની આવતી રહે છે. આ બદલાતા વાતાવરણમાં કોઇ બીમારી સૌથી ઝડપથી લાગી જતી હોય તો એ તાવ છે.

તાવની વાત થાય તો આપણું ધ્યાન સીધુ શરીરના વધેલાં તાપમાન ઉપર જાય છે. વાસ્તવમાં, તાવ કોઈ રોગ નથી, પણ શરીરમાં થઈ રહેલી અનેક પ્રકારની ગડબડીઓનો સંકેત છે. પણ સમય પહેલાં જ જો ઘરે જ કેટલાંક ઉપાયો કરી લેવામાં આવે તો તાવને કંટ્રોલ કરી શકાય છે. ધ્યાન આપવાની વાત એ છે કે આ વાતને મજાકમાં લેવું ઘાતક હોઈ શકે છે.

આમ તો બજારમાં શરીરના તાપમાનને ઓછું કરવાની અનેક દવાઓ મળતી હોય છે, પરંતુ આ દવાઓના સાઈડ ઇફેક્ટને પણ ધ્યાન રાખવા જરૂરી છે. જો આપણે હર્બલ નુસખાને અપનાવીશું તો કોઈપણ પ્રકારના સાઈડ ઈફેક્ટ થવાની સંભાવનાઓ ઘણી ઓછી થઈ જાય છે. અહીં જાણો કેટલાંક હર્બલ નુસખા જે તાવને દૂર કરવામાં કારગર છે.

આદિવાસી વિસ્તારોમાં આ નુસખાથી તાવનો ઈલાજ કરવામાં આવે છે. આદિવાસીઓના માનવા પ્રમાણે ચણોઠીના પાનનું શાક ખૂબ જ શક્તિવર્ધક હોય છે. તેની ભાજી ખાવાથી તાવ ઊતરી જાય છે. આદિવાસીઓનું એવું માનવું છે કે આ પાનની ચા બનાવીને પીવાથી પણ તાવ ઊતરી જાય છે, સાથે જ શરદી અને

ખાંસીમાં પણ રાહત મળે છે.

સપ્તપર્ણીની છાલનો ઉકાળો પીવાથી શરીરના દુખાવા અને તાવમાં આરામ મળે છે. ડાંગ-ગુજરાતના આદિવાસીઓના માનવા પ્રમાણે તાવ અને શરદી થાય ત્યારે સપ્તપર્ણીની છાલ, અમરવેલનું જડ અને લીમડાની અંદરની છાલની સરખી માત્રામાં કચડીને ઉકાળો બનાવવામાં આવે અને દર્દીને આપવામાં આવે તો ખૂબ જ ઝડપથી આરામ મળી જાય છે. આધુનિક વિજ્ઞાન પણ તેની છાલથી પ્રાપ્ત થતી ડીટેઇન અને ડીટેમિન જેવા રસાયણોને ક્વિનાઈનથી સારું માને છે.

તાવની પરિસ્થિતિ જ્યારે માથામાં પેદા થાય અને આખું શરીર પણ દુખવા લાગે તો સિવાનના પાનને પીસીને માથા ઉપર અને શરીરના દુખાવાવાળા ભાગ ઉપર લગાવો, તેનાથી બળતરા અને દુખાવો દૂર થશે. ડાંગના આદિવાસીઓના માનવા પ્રમાણે સિવાનના પાન અને છાલના રસમાં તલનું તેલ મેળવીને માલિશ કરવાથી તાવ દરમિયાન થતા શારીરિક દુખાવામાં રાહત મળે છે. -સૂરજમુખીના પાનનો રસ કાઢીને મલેરિયા વગેરેમાં તાવ આવે ત્યારે શરીર ઉપર લેવ કરવામાં આવે છે.

પાતાળકોટના આદિવાસીઓનું માનવું છે કે આ રસ શરીરના તાપમાનને નિયંત્રિત કરવામાં મદદ કરે છે.-ડાંગ-ગુજરાતના આદિવાસી સોનાપાઠાના લાકડાનો નાનકડો ગ્લાસ બનાવે છે અને રાતે તેમાં પાણી ભરીને રાખી દે છે. આ પાણી બીજા દિવસે દર્દીને આપે છે. આદિવાસીઓ તેની જડની છાલનો ઉકાળો બનાવીને કોગળા કરવાની સલાહ આપે છે. એવું માનવામાં આવે છે કે આ તાવ દરમિયાન તાપમાનને નિયંત્રિત કરે છે, તે સિવાય મુખના સ્વાદને પણ સારું કરે છે.

આદિવાસી લોકો હંસપદીને સંપૂર્ણ અંગો અર્થાત્ જડ, પાન, ફળ અને ફુલ લઈને સૂકવી લે છે અને પછી એકી સાથે ચુર્ણ તૈયાર કરે છે. આ ચુર્ણને ચપટી ભાગ લઈને મધની સાથે સવાર સાંજ લે છે. તેનીથી તાવમાં આરામ મળે છે. -પાતળકોટના આદિવાસીઓનું માનવું ચે કે હરહુરની જડના રસની થોડી માત્ર(લગભગ 2 થી 10 મિલી.

સવાર અને સાંજે પીવડાવવાથી તાવ પછી આવેલી નબળાઈ કે સુસ્તી દૂર થઈ જાય છેકોઈપણ જાતનો તાવ હોય તો બે આનીભાર મીઠું ગરમ પાણીમાં દિવસમાં ત્રણ વાર લેવાથી તાવ ઉતરી જાય છે અને તાવ ઉતર્યા પછી સવાર-સાંજ દોઢ અનિભાર મીઠું બે દિવસ લેવાથી તાવ પાછો આવતો નથી. -કોઈપણ તાવ આવ્યો હોય તો ફુદીનાનો અને આદુનો ઉકાળો પીવાથી તાવ ઉતારી જાય છે.

સખત તાવમાં માથા પર ઠંડા પાણીનાં પોતા મૂકવાથી તાવ ઉતરે છે અને તાવની ગરમી મગજમાં ચઢતી નથી. -તુલસી અને સૂરજમુખીના પણ વાટીને તેનો રસ પીવાથી બધી જાતના તાવ માટે છે. તુલસીના પણ, અજમો અને સૂંઠનું ચૂર્ણ સરખે ભાગે લઈ તેમાં મધ નાખી લેવાથી ફ્લુનો તાવ માટે છે.

લસણની કળી પાંચથી દસ ગ્રામ કાપીને તલના તેલ કે ધીમાં સાંતળીને સિંધવ ભભરાવી ખાવાથી દરેક પ્રકારના તાવ મટે છે. ગરમ કરેલા દૂધમાં હળદર કે મારી મેળવીને પીવાથી ટાઢિયો તાવ મટે છે.-મરીનું ચૂર્ણ તુલસીના રસ અને મધમાં પીવાથી ટાઢીયો તાવ મટે છે. ફુદીનાનો ને આદુનો રસ કે ઉકાળો પીવાથી રોજ આવતો તાવ મટે છે. જ્યા દાક્તરિ સલાહ નિ જરુર હોય ત્યા દાક્તરિ સલાહ ને અવગણસો નહિ

12

આપણી નદીઓ 'નાળાં' કેમ થઈ ગઈ છે એક ચિંતા નો વિષય છે.

નદી એ ફક્ત વહેતું પાણી નથી. નદી સાથે સામાજિક, આર્થિક અને સાંસ્કૃતિક પાસાં પણ સંકળાયેલા હોય છે. નદી સમૃદ્ધ જીવનની ભેટ આપતી માતા છે. હાડમારીઓમાંથી મુક્તિ અપાવતી દેવી છે. કરોડો લોકોની રોજીરોટી છે.

અબજો જીવોનું ઘર છે. અર્થતંત્રનો આત્મા છે. અલ નિનોનો આ પ્રકારની સામુદ્રિક ગતિવિધિ વધારે ગરમી કે ઠંડી તેમજ નબળો વરસાદ જેવી સ્થિતિનું સર્જન કરે છે. અલ નિનોના કારણે દેશના મોટા ભાગના વિસ્તારોમાં સરેરાશ ગરમી વધી હતી અને હવે ચોમાસું નબળું રહેવાનું છે. નબળા ચોમાસાનો અર્થ છે ઓછું પાણી. ભારત માટે ઓછું પાણી એટલે નદીઓના પાણીના જથ્થામાં ઘટાડો અને કૃષિ અર્થતંત્રમાં ગાબડું.

આઝાદીના આટલા વર્ષો પછીયે ભારતની ખેતી ચોમાસા પર આધારિત છે કારણ કે, આપણે મજબૂત સિંચાઈ વ્યવસ્થા ઊભી કરી શક્યા નથી. એવું નથી કે, ભારતમાં પાણીના સ્રોતોનો અભાવ છે. સમગ્ર ભારતીય ઉપખંડમાં (ભારત, પાકિસ્તાન, બાંગ્લાદેશ, નેપાળ, શ્રીલંકા અને ભુતાન) મૂળ સાત નદીઓનું વહેણ છે, જેની બીજી ૪૦૦ જેટલી નાની-મોટી પેટા નદીઓ છે. ભારતનો સવાલ છે ત્યાં સુધી કૃષિથી લઈને ખેડૂતોની આત્મહત્યાઓ સુધીના અનેક પ્રશ્નોને મૂળમાંથી દૂર

કરવા નદીઓના આ સમગ્ર તંત્રને સમજવું અત્યંત જરૂરી છે.

વિશ્વના કોઈ પણ પ્રદેશ માટે નદી એ ફક્ત વહેતું પાણી નથી. નદી સાથે સામાજિક, આર્થિક અને સાંસ્કૃતિક પાસાં પણ સંકળાયેલા હોય છે. નદી સમૃદ્ધ જીવનની ભેટ આપતી માતા છે. હાડમારીઓમાંથી મુક્તિ અપાવતી દેવી છે. કરોડો લોકોની રોજીરોટી છે. અબજો જીવોનું ઘર છે. અર્થતંત્રનો આત્મા છે. મહાન સંસ્કૃતિઓ નદીઓના કિનારે જ જન્મે છે અને વિકસે છે.

ભારતીય ઉપખંડની વાત છે એટલે તાત્ત્વિક રીતે કહીએ તો હિમાલયમાંથી ફૂટીને હજારો કિલોમીટરનો પ્રવાસ કરીને સમુદ્રમાં ભળી જતી નદીઓના વહેણ 'સમુદ્રથી પણ ઊંડા અને આસમાનથી પણ ઊંચા' છે. ભારતીય ઉપખંડની મોટા ભાગની નદીઓનો જન્મ ખૂબ ઊંચાઈ પર હિમાલયમાં થાય છે. આ નદીઓ બંગાળની ખાડી કે અરેબિયન સમુદ્રમાં ભળી જાય છે.

ભારતની મૂળ સાત નદીઓના વહેણમાં કુલ ૧૪ વહેણ ખૂબ જ મોટા છે, જેને આપણે જુદા જુદા નામે ઓળખીએ છીએ. દેશની ૮૦ ટકા જેટલી વસતી સીધી કે આડકતરી રીતે આ ૧૪ નદી પર નભે છે. ઇતિહાસ સાક્ષી છે કે, વિશ્વની અનેક મહાન સંસ્કૃતિઓ પાણીનું આયોજન નહીં કરી શકવાને કારણે નાશ પામી છે, લુપ્ત થઈ ગઈ છે.

વધારે ગરમી પડે કે ઠંડી પડે, વરસાદ વધારે થાય કે ઓછો થાય એવી પર્યાવરણીય મુશ્કેલીઓ માટે ક્લાઈમેટ ચેન્જને જવાબદાર ઠેરવવામાં આવે છે. ગ્લોબલ વોર્મિંગ પણ ક્લાઈમેટ ચેન્જનો જ એક ભાગ છે. ગ્લોબલ વોર્મિંગ માટે ઓછા જંગલોથી લઈને કાર્બન ડાયોક્સાઈડ જેવા કેટલાક ગ્રીનહાઉસ ગેસમાં વધારો જવાબદાર હોવાનું કહેવાય છે.

કેનેડાના પ્રખ્યાત પર્યાવરણવાદી અને બ્લુ પ્લેનેટ પ્રોજેક્ટના સહ-સ્થાપક મોડ બાલી કહે છે કે, "ક્લાઈમેટ ચેન્જના કોયડામાં કોઈ કડી ખૂટે છે. આ મુશ્કેલીનો ઉકેલ શોધતા પહેલાં એ કડી શોધવી જરૂરી છે. આ ખૂટતી કડી એટલે પાણીનો દુરુપયોગ, ગેરવહીવટ અને પાણીના વહેણ સાથે સમજ્યા વિના કરાયેલી છેડછાડ.

જો આપણે ક્લાઈમેટ ચેન્જનો સફળતાપૂર્વક ઉકેલ નથી લાવી શકતા તો પાણીના દુરુપયોગનું વિશ્લેષણ કરવું જરૂરી છે. પાણીનો દુરુપયોગ પણ ગ્લોબલ વોર્મિંગ માટે જવાબદાર છે. આ મુશ્કેલીના ઉપાયોમાં પાણીનું રક્ષણ અને નદીઓને સજીવન કરવાની બાબત પણ સમાવવી પડશે..." બ્લુ પ્લેનેટ પ્રોજેક્ટ પાણીના વેપારીકરણને અટકાવવાનુંકામમ કરે છે.

પર્યાવરણને લગતા પ્રશ્નો એકબીજા સાથે એટલા ઊંડી રીતે ગૂંથાયેલા છે કે, વિજ્ઞાન હજુ તેને સમજવાની કોશિષ કરી રહ્યું છે. પર્યાવરણને લગતા ફેરફારો

હજારો વર્ષના પટમાં ફેલાયેલા હોય છે. જંગલો કપાશે તો નદીને શું નુકસાન થશે અને એ પછી માણસજાત કેવી રીતે પ્રભાવિત થશે એની ભયાનકતાનો અંદાજ થોડી સદીઓ પહેલાં સુધી કોઈને નહોતો.

છેલ્લાં ચાર હજાર વર્ષમાં ઉત્તર ભારતમાં કપાયેલા જંગલોના કારણે ગંગાના માર્ગમાં કાંપના વિશાળ મેદાનો અસ્તિત્વમાં આવ્યા છે. અત્યારે ગંગાના મેદાની પ્રદેશો છે ત્યાં એક સમયે ગાઢ વરસાદી જંગલો હતા એના એક નહીં એક હજાર મજબૂત પુરાવા ઉપલબ્ધ છે. આ જંગલો ખતમ થયા એનો અર્થ એ છે કે, અહીંની એકબીજા પર આધારિત સમગ્ર વનસ્પતિ અને જીવસૃષ્ટિ પણ ખતમ થઈ ગઈ અથવા તો તેમાં ભંગાણ પડ્યું.

૨,૫૨૫ કિલોમીટર લાંબી ગંગા નદીનો જન્મ હિમાલયના ગંગોત્રી, સતોપંથ અને ખાટલિંગ ગ્લેશિયર તેમજ નંદા દેવી, નંદા કોટ, ત્રિશૂલ, કેદારનાથ અને કામેત જેવા નાના-મોટા શિખરોમાંથી થાય છે. આ મહાન નદીના મુખ્ય વહેણ અને તેની પેટા નદીઓનો તટપ્રદેશ ૪,૧૬,૯૭૦ સ્ક્વેર મીટરમાં ફેલાયેલો છે. વિશ્વની એકેય નદીના તટપ્રદેશની જીવસૃષ્ટિમાં ગંગા જેટલું વૈવિધ્ય જોવા નથી મળતું.

૧૭મી સદી સુધી હિમાલયની તળેટી તેમજ હાલના રાજાજી નેશનલ પાર્ક, જિમ કોર્બેટ નેશનલ પાર્ક અને દૃધવા નેશનલ પાર્કના ગંગાના પટ્ટામાં વાઘ, હાથી, ગેંડા, બારાશિંગા, સ્લોથ બેર, ચોશિંગા, જંગલી ભેંસ અને સિંહોની ભારે વસતી હતી. ૨૧મી સદી સુધીમાં અહીં ફક્ત હરણ, જંગલી ડુક્કર, જંગલી બિલાડી, વરુ અને શિયાળની વસતી બચી છે, જ્યારે રોયલ બેંગાલ ટાઇગર નામે ઓળખાતા વાઘ સુંદરવન પૂરતા મર્યાદિત થઈ ગયા છે.

જોકે, સુંદરવનમાં મગરો અને બારાશિંગા પણ જોવા મળે છે. ગંગા તટપ્રદેશમાં વાઘ, હાથી, ગેંડા, સ્લોથ બેર અને ચોશિંગાની પ્રજાતિ પણ ઝડપથી લુપ્ત થઈ રહી છે. ગંગા ૧૪૦ પ્રજાતિની માછલી અને ૯૦ જાતના ઉભયજીવીનું પણ ઘર છે. ઝડપથી લુપ્ત થઈ રહેલી 'ગંગા ડોલ્ફિન'નો જન્મ પણ ગંગામાં થયો છે,

જે આપણું રાષ્ટ્રીય જળચર પ્રાણી છે. ગંગામાં ઘડિયાલ નામની જાતિના મગરો અને શાર્કનો પણ વસવાટ છે. ગંગાના પાણી, મેદાનો, કિનારા, જીવો અને જંગલો પર હજારો પક્ષીઓ પણ નભે છે. વિશ્વભરમાં ફક્ત ગંગામાં જોવા મળે એવા અનેક જીવો અહીં રહે છે. ગંગાની વનસ્પતિ સૃષ્ટિ પણ સમૃદ્ધ છે અને એમાંય જીવ છે. આ સમગ્ર જીવસૃષ્ટિ સાથે આપણે સૃષ્ટિવિરુદ્ધનુંકૃત્યકર્યુંછે.

ભારતીય સંસ્કૃતિમાં ગંગા સર્વોચ્ચ સ્થાને બિરાજતી હોવા છતાં આ સ્થિતિ છે તો બીજી નદીઓની શું સ્થિતિ હશે! આજનું વિજ્ઞાન સ્વીકારે છે કે, નદીઓ પર

મોટા બંધો બાંધવા કરતા નાના બંધો બાંધવા વધુ યોગ્ય છે કારણ કે, મોટા બંધો અણુબોમ્બના વિસ્ફોટ જેવી તારાજી સર્જવા પૂરતા છે. આ સમજ આવ્યા પછીયે સ્થિતિ એ જ છે. ઔદ્યોગિક કચરો અને ગટરોનું ગંદુ પાણી શુદ્ધિ પ્રક્રિયા કર્યા વિના ગંગા સહિતની નદીઓમાં ઠાલવવામાં આવે છે.

તાજેતરમાં જ જળ સંસાધન, નદી વિકાસ અને ગંગા નવીનીકરણ વિભાગના રાજ્ય મંત્રી સાંવરલાલ જાટે રાજ્ય સભામાં માહિતી આપી હતી કે, સેન્ટ્રલ પોલ્યુશન કંટ્રોલ બોર્ડ (સીપીસીબી) ગંગા અને તેની પેટા નદીઓમાં રોજનો ૫૦.૧ કરોડ લિટર ઔદ્યોગિક કચરો ઠાલવતા ૭૬૪ ઔદ્યોગિક એકમોની યાદી બનાવી છે. આ ઉપરાંત ૧૪૪ ગટરોને પણ ઓળખી લેવાઈ છે, જે રોજની ૬૬૧.૪ કરોડ લિટર ગંદકી ગંગાના મુખ્ય પ્રવાહમાં ઠાલવે છે. સીપીસીબીના આંકડા પ્રમાણે, વર્ષ ૨૦૧૫માં શહેરી ભારતમાં પ્રતિ દિન ૬૨૦૦ કરોડ લિટર ગંદકી થશે, જ્યારે આ ગંદકીના શુદ્ધિકરણ માટેના ૮૧૬ સ્યુએજ ટ્રીટમેન્ટ પ્લાન્ટની ક્ષમતા રોજની માંડ ૨૩૨૭.૭ કરોડ લિટર છે.

આશરે બે દાયકા પહેલાં સીપીસીબીએ અહેવાલ આપ્યો હતો કે, ભારતીય ઉપખંડની એક પણ નદીનું પાણી ન્હાવાને લાયક નથી, તો આજે શું સ્થિતિ હશે એની કલ્પના થઈ શકે છે. દેશની સૌથી ગંદી નદીઓમાં ગુજરાતની સાબરમતી, મહારાષ્ટ્રની મીઠી અને ગોદાવરી, પૂણેની પવન, ઉત્તરપ્રદેશની હિન્દો, પંજાબ-હરિયાણાની ઘાઘર, પંજાબની સતલજ, તમિલનાડુની આડયાર અને ક્રમ,હૈદરાબાદની મુસી અને કર્ણાટકની ભદ્રાનો સમાવેશ થાય છે.

એક અહેવાલ પ્રમાણે, પર્વતીય પ્રદેશોમાં વહેતી સતલજ, બિયાસ, રાવિ, ચિનાબ, ઝેલમ, ભગીરથી, અલકનંદા, ગૌરી ગંગા, મંદાકિની અને તિસ્તા જેવી નદીઓ આગામી દાયકાઓમાં સંપૂર્ણપણે લુપ્ત થઈ જશે. કેમ? કારણ કે, આ નદીઓના વહેણને હાઈડ્રોપાવર પ્રોજેક્ટ માટે અન્ડરગ્રાઉન્ડ ટનલોમાં વાળવામાં આવ્યું છે. નદીઓના વહેણને સમજ્યા વિના રોકવાથી કે બીજે વાળવાથી તે વધુ પ્રદૂષિત થાય છે. કુદરતી રીતે વહેતી નદીઓ આપોઆપ ચોખ્ખી રહે છે એવું નિષ્ણાતો કહે છે.

સરકારો નદીઓને લગતી કોઈ યોજના બનાવે ત્યારે તેને ફક્ત એક વહેણ તરીકે જુએ છે. ગંગાને શુદ્ધ કરવા પણ ફક્ત એન્જિનિયરિંગ સોલ્યુશન' શોધાઈ રહ્યું છે. આપણી નદીઓ નાળાં થઈ ગઈ એનું મૂળ પણ એમાં જ છે.
સંદર્ભસાહિત્ય: ફ્રેન્કલી સ્પીકિંગ - વિશાલ શાહ